കണക്ക് തെറ്റിയ കാക്ക

kanakku thettiya kakka
poems

•

b shihab

•

first edition
april 2018

•

typesetting & published
chintha publishers, thiruvananthapuram

•

cover
midas

വിതരണം

ദേശാഭിമാനി ബുക്ക് ഹൗസ്

H O തിരുവനന്തപുരം-695 035
phone: 0471-2303026, 6063026
www.chinthapublishers.com
chinthapublishers@gmail.com

ബ്രാഞ്ചുകൾ

ഹെഡ്ഡാഫീസ് ബ്രാഞ്ച് കുന്നുകുഴി • സ്റ്റാച്യു തിരുവനന്തപുരം • കെ എസ് ആർ ടി സി ബസ് സ്റ്റേഷൻ ആലപ്പുഴ • കെ എസ് ആർ ടി സി ബസ് സ്റ്റേഷൻ എറണാകുളം • മച്ചിങ്ങൽ ലെയ്‌ൻ തൃശൂർ • ഐ ജി റോഡ് കോഴിക്കോട് • മാവൂർ റോഡ് കോഴിക്കോട് • എൻ ജി ഒ യൂണിയൻ ബിൽഡിങ് കണ്ണൂർ • സെൻട്രൽ ബസ് ടെർമിനൽ കോംപ്ലക്സ് താവക്കര കണ്ണൂർ

CO - 2841 / 4583
ISBN - 978-93-87842-10-6

കണക്ക് തെറ്റിയ കാക്ക

(കവിത)

ബി ഷിഹാബ്

ചിന്ത പബ്ലിഷേഴ്സ്
തിരുവനന്തപുരം-695 035

ബി ഷിഹാബ്

പൂവച്ചൽ ജനനം. ബാപ്പ: ബദറുദ്ദീൻ എൻ, ഉമ്മ: ബീമ്മ ബീവി.

പുസ്തകങ്ങൾ: *ഭരണകൂടം കാഴ്ചയില്ലാത്തതുമാണ്* (നീണ്ട കവിത), *ഇത്സാംബൂൾ* (കവിതകൾ), *ഇരിക്കുന്ന കൊമ്പല്ലെ മുറിക്കുന്നത്* (യുദ്ധകവിതകൾ)

ഭാര്യ : സജിതാ ബീഗം
മക്കൾ : ഇൻഫാൻ, ഇജാസ്
വിലാസം : എം ആർ എ 193
ടി എച്ച് എസ് ജങ്ഷൻ
മഞ്ച, നെടുമങ്ങാട്.
ഫോൺ : 9446971133

ഉള്ളടക്കം

പ്രസാധകക്കുറിപ്പ്

ലളിതമായ ഭാഷയിലൂടെ കവിതയുടെ ദാർശനികവും സൗന്ദര്യാത്മകവുമായ അനുഭവത്തിലേക്ക് നമ്മെ ക്ഷണിക്കുകയാണ് ബി ഷിഹാബ് തന്റെ കുഞ്ഞുകവിതകളിലൂടെ. സാമൂഹികപ്രതിബദ്ധതയും ചരിത്രപരമായ അന്വേഷണവും ഈ കവിതയിലുണ്ട്. മുൻവിധികളില്ലാതെ വായിച്ചുപോകാനാവുന്ന ഈ ചെറുകവിതകൾ നന്നായി വായിക്കപ്പെടുമെന്ന് ഞങ്ങൾ കരുതുന്നു.

ചിന്ത പബ്ലിഷേഴ്സ്

ധ്വനിസാന്ദ്രതയുടെ തിരുവിളയാടൽ

ഏഴാച്ചേരി രാമചന്ദ്രൻ

മലയാള കവിതയുടെ തുടക്കം എവിടെ നിന്നാവാം? തോന്നിപ്പാടിയ വെറും തോറ്റം പാട്ടുകളിൽ നിന്നാകുമോ? അകം നിറഞ്ഞ ഭക്തിയോടെ ദേവതകൾക്കുമുന്നിൽ ഉറഞ്ഞുതുള്ളിയ സ്തവരൂപങ്ങളിൽ നിന്നാകുമോ?

ഇതിൽ നിന്നെല്ലാം കവിത ഉറന്നു വന്നു എന്ന വസ്തുത ധിക്കരിക്കാവതല്ല. എന്നാൽ, ഇതോടൊപ്പമോ ഇതിനും മുന്നമോ ഏകാന്തതകളുടെ കൊടുവള്ളിയിന്മേൽ അകാലത്തിൽ പിരിഞ്ഞു പൊന്തിയ കനികൾ കണക്കേ ഉരുവപ്പെട്ട അസംഖ്യമായ പഴഞ്ചൊൽ പ്രപഞ്ചങ്ങളിൽ നിന്നായിക്കൂടെ? അതിനും സാദ്ധ്യത ഏറെയാണ്.

കാച്ചിക്കുറുക്കിയ കവിത എന്ന് ജ്ഞാനികൾ പിന്നീട് വിധിച്ച സൽക്കവിതകളുടെ തുടക്കം ധ്വനിസാന്ദ്രമായ പഴമൊഴിത്തിളക്കങ്ങൾ തന്നെയല്ലേ? ദയവായി ശ്രദ്ധിച്ചാലും

1) അമ്മ കറുമ്പി, മോളു വെളുമ്പി
   മോളുടെ മോളൊരു സുന്ദരിക്കോത
2) കടകടാ, കുടുകുടു
   നടുവിലേ പാതാളം
3) വേലിചാടുന്ന പശുവിന്
   കോലുകൊണ്ടേ മരണം
4) ഏൻ ഓതിയോതിയും
   പിള്ള കെലിച്ചുകെലിച്ചും
5) കണക്കപ്പിള്ളയുടെ വീട്ടിൽ
   വറക്കലും പൊരിക്കലും കേമം,

കണക്കുനോക്കുമ്പം
കരച്ചിലും പിഴിച്ചിലും കെങ്കേമം

6) ശകുനമറിയാ പോഴൻ ചെന്നറിയും
7) കൊട്ടുകൊള്ളാൻ ചെണ്ടയും
പണം മേടിക്കാൻ മാരാരും
8) ആര്യൻ വിതച്ചാൽ പൊക്കാളിവിളയുമോ?
9) ആനകേറാമല ആളുകേറാമല
ആയിരംകാന്താരി പൂത്തു
10) ഒരമ്മപെറ്റമക്കളെല്ലാം തൊപ്പിക്കാര്

ഈ പട്ടിക എത്രവേണമെങ്കിലും നീളാവുന്നതാണ്. പഴമൊഴികളുടെ ഈ വികാരപ്രപഞ്ചം ശ്രദ്ധിച്ചാൽ ഒരു കാര്യം വ്യക്തമാകും. ജീവിതത്തിന്റെ സമസ്തമേഖലകളെയും സ്പർശിക്കുന്നതാണ് ഇവ. കാർഷികം, സാമൂഹ്യം, ദാർശനികം, പ്രകൃതിനിരീക്ഷണം, അടുക്കള, ശരീരശാസ്ത്രം തുടങ്ങി മനുഷ്യസ്പർശമേറുന്ന സകല രംഗത്തെയും പഴഞ്ചൊല്ലുകളുടെ വർണ്ണക്കുടക്കീഴിൽ അണിനിരത്തിയിട്ടുണ്ട്.

അത്യന്തം സൂക്ഷ്മമായ ജീവിത നിരീക്ഷണമാണ് ഇവയുടെ ധർമ്മവും. ഇതുതന്നെയല്ലേ ഉത്തമകവിതയുടെ ഫിലമെന്റായി വർത്തിക്കുന്നതും. ഈ സർഗ്ഗസത്യത്തെ ആവിഷ്കരിക്കയാലാണ് എഴുത്തച്ഛൻ, നമ്പ്യാർ, ആശാൻ, വൈലോപ്പിള്ളി തുടങ്ങിയവരുടെ കതിർക്കനമാർന്ന ഈരടികൾ പിന്നെപ്പിന്നെ മഹത്വവചനങ്ങളായി പരിവർത്തനപ്പെട്ടത്.

1) ആയിരംവർഷം കുഴലിലിരുന്നൊരു
നായുടെ വാലുവളഞ്ഞേതീരൂ (നമ്പ്യാർ)
2) വഹ്നി സന്തപ്തലോഹസ്ഥാംബുബിന്ദുനാ
സന്നിഭം മർത്ത്യജന്മം ക്ഷണഭംഗുരം (എഴുത്തച്ഛൻ)
3) ബന്ധുരകാഞ്ചനക്കൂട്ടിലാണെങ്കിലും
ബന്ധനം ബന്ധനംതന്നെ പാരിൽ (വള്ളത്തോൾ)
4) വിശപ്പിനു വിഭവങ്ങൾവെറുപ്പോളമശിച്ചാലും
വിശിഷ്ട ഭോജ്യങ്ങൾകാൺകിൽ കൊതിയാമാർക്കും (ആശാൻ)
5) മറ്റു പൂച്ചെടിചെന്നുതിന്നാനെൻ
കൊറ്റനാടിനുണ്ടിപ്പോഴുംമോഹം (വൈലോപ്പിള്ളി)
6) ഒരിറ്റുകണ്ണീരുപ്പുപുരട്ടാ-
തെന്തിനുജീവിതപലഹാരം (ഇടശ്ശേരി)
7) കണ്ണിലിരുട്ടുകടിക്കുന്നപാതയിൽ
ചുണ്ണാമ്പു വള്ളിക്കുമുണ്ടൊരുഗൗരവം (വയലാർ)

മേലുദ്ധരിച്ച ഈരടികൾ പരിശോധിക്കാം. അത്യന്തം സൂക്ഷ്മവും സമഗ്രവുമായ ജീവിത നിരീക്ഷണത്തിന്റെ ആലയിൽ ചുട്ടുതല്ലി കാച്ചിപ്പതംവന്ന ഉരുപ്പടികളാണ് ഇവയോരോന്നും. പഴഞ്ചൊല്ലുകളെപ്പറ്റി

പറഞ്ഞതുപോലെതന്നെ ഇവയും മർത്ത്യജീവിതത്തിന്റെ എല്ലാ വ്യവഹാര വിതാനങ്ങളെയും, അകംപുറം വ്യത്യാസമില്ലാതെ നിരീക്ഷിച്ചു സമർപ്പിച്ച സർഗ്ഗപരതയുടെ രസികൻ സത്യവാങ്മൂലങ്ങളാണല്ലോ ഇവയത്രയും.

കവിതയുടെ മേദുരധീരശരീരത്തിൽനിന്നും മെല്ലെ ഇവയെ അടർത്തിമാറ്റി വഴിയോരശിലാപീഠത്തിൽ പ്രതിഷ്ഠിച്ചാലും ആരുറപ്പിനാൽ ഇവ സ്വക്ഷേത്രബലവാന്മാരായി നിലനിന്നുകൊള്ളും. എങ്കിൽ ശ്രീ. ബി ഷിഹാബിന്റെ കുറുങ്കവിതകളെയും ഇതേഗോത്രത്തിൽപ്പെടുത്താൻ ഒരു തരത്തിലും സന്ദേഹപ്പെടേണ്ടതില്ല.

പൂത്തുതെഴുത്ത ചെടിയിൽ നിന്നാലും തീൻമേശയിലെ സ്റ്റീൽപ്ലേറ്റിൽ വച്ചാലും ഇനിപ്പുള്ള കനി, അതിന്റെ വർഗ്ഗസ്വഭാവം കാട്ടുകതന്നെചെയ്യും. കവിതയ്ക്ക് കാലാനുരൂപിയായ നിരവധി വ്യതിയാനങ്ങൾ രൂപത്തിലും ഭാവത്തിലും അനുനിമിഷം സംഭവിച്ചുകൊണ്ടിരിക്കുന്ന കാലപ്പകർച്ചയിൽ ഒന്നിനെയും ഒരരിശത്തിന് ധിക്കരിക്കാതിരിക്കാതിരിക്കയാവും നല്ലത്.

ആട്ടിപ്പുറത്താക്കപ്പെട്ട ചെക്കനാവും നാളെ അവശകാലത്ത് തുണയാകുന്നത്. അല്ലെന്നാരുകണ്ടു. ആഢ്യസവർണ്ണതയുടെ മഹാകാവ്യത്തറവാടിത്തങ്ങൾക്കുമുന്നിലൂടെ നെഞ്ചും വിരിച്ചുചൊല്ലിപ്പുലർന്ന മുക്തകങ്ങളെ മറക്കാമോ? സംസ്കൃതവൃത്തബദ്ധതയുടെ കസവു വേഷ്ടികളെയും തലപ്പാവുകളെയും ധിക്കരിച്ചാണല്ലോ ദ്രാവിഡത്തനിമകൾ കാമ്യപരിഗ്രഹേച്ഛയുടെ കൊടിപറത്തിയത്.

അതിനാൽ ആരും ആരെയും ധിക്കരിക്കാൻ വരട്ടെ. *കണക്ക് തെറ്റിയ കാക്ക* എന്ന മൊഴിമുത്തു സമാഹാരത്തിൽ കുറെ നുറുങ്ങുകളാണുള്ളത്. സമാഹാരത്തിന്റെ പേരിനു മാത്രമേ ഇത്രനീളം കാണുന്നുള്ളു. അകത്തേക്കുകടന്നാൽ ഒക്കെ. രണ്ടോ മൂന്നോ വരികളുള്ള സ്തവരൂപികളായ നുറുങ്ങുകൾ നമ്മെ അടിമുടി മാറ്റിപ്പണിയാൻ ഉതകുന്ന ടാബ്ലെറ്റുകൾ.

"നമുക്കുചുറ്റും
കൂട്ടിലടച്ചഭൂതങ്ങൾ
ഒളിഞ്ഞുകിടക്കുന്നു" (ഭൂതങ്ങൾ)

എന്ന അരുൾമൊഴിയിലൂടെയാണ് തുടക്കമെങ്കിൽ,

"മകന്റെ യുവത്വം
സഹോദരന്റെ തല
അച്ഛന്റെ തടവ്
ജനത്തിനുയുദ്ധം
രാജാവ് കരുക്കൾ നീക്കുന്നു" (കരുക്കൾ)

എന്നതിലാണ് പര്യവസാനം

ഈ രണ്ട് അതിർത്തിരേഖകൾക്കുള്ളിലായി ചിതറിനിറഞ്ഞ്, വിങ്ങിവിതുമ്പി, പുകഞ്ഞുകത്തിയും കത്തിപ്പടർന്നും മർത്ത്യജീവിതസർഗ്ഗയാത്രയുടെ ഭിന്നസ്വരൂപങ്ങളായ ഒത്തിരി ജീവമുഖങ്ങൾ ഓരോന്നിന്റെയും

ഇതൾ തുമ്പിൽ സൂക്ഷിച്ചുനോക്കിയാൽ കണ്ണീരും ചോരയും കാമവും കദനവും വ്യഥയും വ്യർത്ഥതയും തിരി നീട്ടിനില്ക്കുന്നതുകാണാം.

യുദ്ധം എക്കാലവും സംഘജീവിതത്തിന്റെ സങ്കടസമസ്യയാണ്. അതിനാൽത്തന്നെ ഈ മർത്ത്യനിർമ്മിത മഹാമാരിയെച്ചൊല്ലി വിലപിക്കാത്ത, അമർഷപ്പെടാത്ത ഒരൊറ്റ ജീവിയും സർഗ്ഗസപര്യയിൽപ്പെട്ടതായി ഉണ്ടാവില്ല. ശ്രീ. ബി ഷിഹാബും യുദ്ധത്തിനെതിരെ നിരന്തരമായി ശബ്ദിക്കുന്നുണ്ട്. അത്രയൊന്നും കാതരമല്ലാത്ത ശബ്ദത്തിൽത്തന്നെ.

"അധികാരം പിടിച്ചെടുക്കാനും
നിലനിർത്താനും
നീട്ടിക്കൊണ്ടുപോകാനുമുള്ള
സൂത്രപ്പണിയാണ്
യുദ്ധം
സത്യത്തിലൊരുചതിയാണ്." (ചതി)

"യുദ്ധമൊരുകാണാക്കയമാണ്
അതിലെടുത്ത് ചാടുന്നവരും
വീണുപോകുന്നവരും
വീഴ്ത്തപ്പെടുന്നവരുമുണ്ട്
മൂന്നു കൂട്ടർക്കും നാശമുറപ്പ്" (കാണാക്കയം)

ഇത്തരത്തിൽ യുദ്ധത്തിനെതിരെ മർത്ത്യതയുടെ സന്ദേശവാഹകനെന്ന കവി തീക്ഷ്ണതീവ്രതയോടെ പ്രതികരിക്കുന്നത് ഏറെയേറെ സ്വാഗതാർഹം.

ആർത്തിരമ്പുന്ന ജനസാഗരത്തിരയിൽ ഇ എം എസ്, വയലാർ തുടങ്ങിയവരെ തിരിച്ചറിയുകവഴി സർഗ്ഗോന്മുഖതയുടെ തിരിനാളം അകവിതാനങ്ങളിൽ തെളിഞ്ഞുനില്ക്കുന്നതായുള്ള പ്രഖ്യാപനവും ഈ കവിയുടെ പക്ഷത്തുനിന്നുണ്ടാകുന്നു. പൂനിലാവും മഴവില്ലും പൂവും കിളിയും മയിൽപ്പീലിയും മാത്രം ഭക്ഷിച്ചും ശ്വസിച്ചും ചവച്ചുതുപ്പിയും ഉള്ള നിരുപദ്രവകരമായ സൗന്ദര്യാരാധനയ്ക്കപ്പുറം സമൂഹത്തിന്റെ നിരപ്പുകേടുകളെയും നിറപ്പകർച്ചകളെയും നിണത്തിണർപ്പുകളെയും തൊട്ടും തൊട്ടറിഞ്ഞും വേണ്ടപാകത്തിൽ നീരാഞ്ജനം ചെയ്തും മുന്നോട്ടു നീങ്ങുന്ന ശരിയുടെ മാർഗ്ഗം തന്നെയാണ് ഈ കവിക്കും അവലംബം.

ഗാസ എന്ന കവിത ഇതിനുദാഹരണമാണ്.

"മതംവളർത്തിയ ഒലീവിലകൾ
ചവച്ചരച്ച് വിഴുങ്ങുന്നു
മദമിളകിയമതഭ്രാന്ത്" (ഗാസ)

നെറ്റിയിലെ വിയർപ്പുകൊണ്ട് അന്നന്നത്തെ അപ്പത്തിനുവകതേടുന്നവനെ പറഞ്ഞുപറ്റിച്ച് അരാഷ്ട്രീയവല്ക്കരിക്കാനുള്ള നീചശ്രമമാണ് സമകാലഭാരതംനേരിടുന്ന ഏറ്റവും വലിയ വെല്ലുവിളി. ചരിത്രത്തിന്റെ

ഈ ചുവരെഴുത്തുകാണാൻ ബാദ്ധ്യതപ്പെട്ടവനാണ് മുമ്പേ പറക്കുന്ന പക്ഷിയായ കവി. അതുകൊണ്ടുതന്നെയാണ്,

"അരാഷ്ട്രീയം
കടുത്തരാഷ്ട്രീയമാണ്
കള്ളനെപ്പിടിക്കാനോടുന്ന
കള്ളനെപ്പോലെ
അതുനിന്നെ വഴിതെറ്റിക്കും" (അരാഷ്ട്രീയം)

ഇങ്ങനെ ചിലവരികൾ എഴുതാൻ ഈ കവി നിർബ്ബന്ധിതനാകുന്നത്;

തുടക്കത്തിൽ സൂചിപ്പിച്ചപോലെ കവിതയുടെ ധ്വനിസാദ്ധ്യതയിലും ധ്വനിസാന്ദ്രതയിലും ഈ കവി നല്ലതിൻവണ്ണം വിശ്വസിക്കുന്നുണ്ട്. അതിനാൽത്തന്നെ ഈ സമാഹാരത്തിലെ പലകവിതകളും ആദ്യം കയ്ക്കുകയും പിന്നീട് മധുരിക്കുകയും ചെയ്യുന്നവയാണ്

"പ്രണയിനിക്കൊരുപുഷ്പം
നരച്ചവാലാണ് തടസ്സം" (കല്യാണസൗഗന്ധികം)

എന്ന രണ്ടുവരി കവിത ഒത്തിരി ധ്വനിപ്പിക്കുന്ന ദാർശനികഗരിമയുള്ള കവിതയാണ്. ഇത്തരം നിരവധി തേൻമുനകളെ ഈ സമാഹാരത്തിൽ ഉടനീളം കണ്ടുമുട്ടാം.

മലയാളകവിതയിൽ ധ്വനിസാന്ദ്രമായ പുതിയൊരു വഴി വെട്ടിത്തുറന്ന കവിയെന്നൊന്നും ഇദ്ദേഹത്തെ വിളിക്കുന്നില്ല. എന്നാലും എവിടെയൊക്കെയോ ഒരു പുതുമ, പുളകോൽഗമത, നവീനത നമുക്ക് ഈ കൃതി സമ്മാനിക്കുന്നുണ്ട്. കുഞ്ഞുണ്ണിമാസ്റ്റർ അടക്കമുള്ളവർ ഈ വഴിയേ സഞ്ചരിച്ചവരാണല്ലോ.

ഈ കവിക്ക് കൂടുതൽ ശക്തിയും നിപുണതയും ഉണ്ടാവട്ടെ.

ഭൂതങ്ങൾ

നമുക്കുചുറ്റും
കുടത്തിലടച്ച ഭൂതങ്ങൾ
ഒളിഞ്ഞു കിടക്കുന്നു.

നക്ഷത്രങ്ങൾ – 1

നക്ഷത്രങ്ങൾ ഉള്ള
ആകാശങ്ങൾ
ഭൂമിക്കു കാന്തി കൂട്ടുന്നു
ഇരുട്ടിലവർ
നമ്മുടെ മുന്നിൽ
വഴികൾ തെളിച്ചിടുന്നു.

സ്വാതന്ത്ര്യം

തടഞ്ഞുവച്ചപുഴ കവിഞ്ഞൊഴുകാൻ കാത്തുനില്ക്കാതെ
മേഘമായ് മാനത്തെത്തി
മഴയായ് പൊട്ടിച്ചിരിച്ച്
വീണ്ടും പുഴയായ് തീരുന്നു
കൂട്ടിലടച്ചകിളി
മനസ്സുകൊണ്ടെപ്പോഴു-
മാകാശങ്ങളിൽ
പറന്നു നടക്കുന്നു !

ബി ഷിഹാബ്

ഉടുപ്പ്

ഇഷ്ടത്തോടെ ഇട്ടുനടന്നതൊക്കെ
ശരിതന്നെ
ഇഷ്ടമില്ലാതെ വരുമ്പോൾ
മാറ്റേണ്ടിവരും
ആരെങ്കിലുമെടുത്തു
പറമ്പിലോ മറ്റോ
കൊണ്ടിടും
തീപ്പെട്ടോ
വെള്ളത്തിലൊലിച്ചോ
മണ്ണിൽ ചേർന്നോ
വിസ്മൃതിയിലാകുന്നു.

പൗഡർ

നിന്നിൽ ചന്തം ചേർത്തതും
സുഗന്ധം വഹിച്ചതും ഞാൻ
എന്നെപ്പറ്റി പുകഴ്ത്തിപ്പറഞ്ഞതും
മനസ്സിൽക്കൊണ്ട് നടന്നതും നീ
എന്നിട്ടും നീ എന്നെ കഴുകിക്കളഞ്ഞു
എന്നിരുന്നാലും അവസാനം
ആരെങ്കിലും തേയ്ക്കുന്നതും
പേറി നീപോകും.

മനോനില

ഇല്ലാത്തവന്
സൂചികുത്താനിടം കൊടുക്കില്ല
നമ്മുടെ മനോനില
പഴയപടി
മാറാതെ നില്ക്കുന്നു.

കപ്പിത്താൻ

അന്തമറ്റ നടുക്കടലിൽ
അക്ഷോഭ്യനായ്
ആഴത്തിൽ പഠിക്കുകയും
സ്നേഹത്തോടെ പകർന്നു
തരുകയും ചെയ്യുന്നു.

ബി ഷിഹാബ്

ആൽമരം

എന്റെ നാട്ടിലൊരാൽമരം
ഏത് കൊടുംവെയിലിലും
നാല്ക്കവലയിൽ
ഏറെനാളായ്
തണൽ വിളമ്പുന്നു
ഏത് കൂരിരുട്ടിലും
പറവകൾക്കഭയം കൊടുക്കുന്നു
ഏത് കൊടുങ്കാറ്റിലും
അക്ഷോഭ്യനായ്
നിലകൊള്ളുന്നു.

പാമ്പുകൾ

ഇനി നിങ്ങൾ മാളത്തിൽ
കഴിയുന്നതാണ് നന്ന്
വഴിയിലിറങ്ങി
കിളിക്കുഞ്ഞുങ്ങളെ
ഭയപ്പെടുത്തരുത്
അവർ ആകാശങ്ങൾ
മുറിച്ചുപറക്കട്ടെ.

കാലാൾ

ചതുരംഗപ്പലകയിൽ,
ബലികൊടുക്കുമ്പോൾ
എന്നെയാണല്ലോ നീ
ആദ്യം തിരഞ്ഞെടുക്കുക.

ഉത്തരം

ഉത്തരങ്ങളെപ്പോഴും
പാറപോലെ പരന്നും
തൂണ്പോലെ ഉരുണ്ടും
മുറംപോലെ വളഞ്ഞും
ഇരിക്കുന്നു.

ചക്രവർത്തി

ഇന്നലെ രാത്രിയിൽ
എന്റെ കുടിലിൽ
വേഷംമാറി
തിരക്കി വന്നിരുന്നു.

സ്നേഹം

സ്വർണ്ണംപോലെ
സ്നേഹമൊരു ഖനിജമാണ്
അസുലഭമാണ്
എപ്പോഴും തുരന്നെടുക്കണം
അല്ലെങ്കിൽ
കണ്ടെടുക്കണം
കട്ടെടുക്കണം
കവർന്നെടുക്കണം.

ക്രിക്കറ്റ് - 1

എറിഞ്ഞു തളർന്ന
ചില ബൗളർമാരുണ്ടെങ്കിലും
ഭൂരിഭാഗം കളിക്കാർക്കും
സ്റ്റമ്പ് എടുക്കാൻ നേരത്തും
കളിച്ചുകൊണ്ടിരിക്കാൻ മോഹം.

റബ്ബർ

പഴം
പാൽ
പച്ചക്കറി
മീന്
മദ്യം
മരുന്നുകൾ
വീട്
കാറ്
ഫ്രിഡ്ജ്
വാഷിങ് മെഷീൻ
കുട്ടികളുടെ പഠിത്തം
ബാങ്കിലെ ലോൺ
എന്തൊക്കെയായിരുന്നു മോഹങ്ങൾ
എല്ലാം തുലച്ചില്ലെ നീ.

വയലാർ

വയലാറെഴുതിയ പാട്ടുകൾ
എന്റെ ഭാഷയുടെ മാധുര്യം
തുളുമ്പി തൂവുന്ന
തേൻകുഴമ്പുകൾ.

വെള്ളപ്പൊക്കം

അടഞ്ഞ ഓടകളും
പ്ലാസ്റ്റിക് ഉരുപ്പടികളും
കോൺക്രീറ്റ് വനങ്ങൾനിറഞ്ഞ
പുഴയുടെ കുപ്പിക്കഴുത്തും
നികത്തിയ പാടങ്ങളും
തീർക്കുന്ന
ട്രാഫിക് ബ്ലോക്ക്.

ബി ഷിഹാബ്

സവാള

കൊടും വെയിലിനെ
അതിജീവിച്ച നീ
വാർത്തയിൽ പെട്ടെന്നു
മുന്നിൽ വന്നു
വീട്ടമ്മയുടെ കണ്ണുനിറച്ച നീ
കർഷകന്റെ കണ്ണിൽ ഇരുട്ടും നിറച്ചു
കരിഞ്ചന്തക്കാരന്റെ
കൈയിൽപ്പെട്ട നീ
ഭരണകൂടങ്ങളെ അട്ടിമറിച്ചു.

രക്തസാക്ഷി

മരിച്ചു പോയതിന് ശേഷവും
ജീവിച്ചിരുന്നതിനേക്കാൾ
സമൂഹത്തിൽ സ്വാധീനം
ചെലുത്താൻ കഴിവുള്ളവൻ
നന്മ ധാരാളമുണ്ടായിരുന്നവൻ.

ലോട്ടറി ടിക്കറ്റ്

പണം മുടക്കി
ലാളിച്ചു
സ്നേഹിച്ചു
സൂക്ഷിച്ചുവച്ചു
എന്നിട്ടും നീയെന്നെ
തുണച്ചില്ല.

കുട

നനഞ്ഞത് ഞാൻ
വെച്ച് മറന്നത് നീ.

പരിച

നിനക്കു കൊള്ളേണ്ടതെല്ലാം
ഞാനാണ് കൊണ്ടത്
എങ്കിലും വിജയിച്ച നീ
എന്നെ മൂലയ്ക്കാണിരുത്തിയത്.

മിന്നാംമിന്നികൾ

വേറിട്ട ജീവിതം
വേറിട്ടുനില്ക്കുന്നവർ
വെളിച്ചം വീശി
നേർവഴികാണിക്കുന്നു
ജീവിതംകൊണ്ട്
ഇരുട്ടിനെ കീറിമുറിക്കുന്നവർ
വടവൃക്ഷത്തിലും
വെട്ടം കുടിയിരുത്തുന്നവർ.

കിട്ടാക്കനി

കവികൾ കാക്കത്തൊള്ളായിരം
കവിത കിട്ടാക്കനി.

പ്രപഞ്ച രഹസ്യം

അളവറ്റ ലഹരിയിൽ
പ്രകൃതിയിൽ കാലം
വാർത്തെടുക്കുന്നു
വച്ചു സൂക്ഷിക്കുന്നു
വലിച്ചെറിഞ്ഞുടയ്ക്കുന്നു
കരയിൽ
കടലെന്നപോലെ
വീണ്ടും വീണ്ടും
തുടരുന്നു.
ഇവിടെ
ഞാനില്ല
നീ മാത്രം.

ബി ഷിഹാബ്

മഴമേഘം

മറ,
മഴ,
മഴവില്ല്,
ആലിപ്പഴം
മഴമേഘങ്ങൾ
സ്നേഹത്തിന്റെ
പെരുമഴ പെയ്യുന്നു.

മുത്തുകൾ

വടവൃക്ഷത്തിൽ പടർന്നുകയറിയ
വള്ളിച്ചെടിയിൽനിന്നും
മുള്ളുകൾ
വഴിയിൽ
അടർന്ന് വീഴുന്നു!

ഇ എം എസ്

അധികാരത്തിലേറാൻ
കമ്യൂണിസ്റ്റുകൾക്ക്
സായുധ വിപ്ലവം വേണ്ടെന്ന്
തെളിയിച്ചവൻ.

ഔദാര്യം

യുദ്ധത്തിൽ,
കൈകാൽ നഷ്ടപ്പെട്ട കുട്ടിക്ക്
കൃത്രിമ കാലും, കൈയും നല്കുമെന്ന്
പത്രക്കുറിപ്പിൽ കണ്ടു

ഹൊ,
യുദ്ധം നടത്തുന്നവരുടെ
ഒരു ഔദാര്യം.

കാണാക്കയം

യുദ്ധമൊരു കാണാക്കയമാണ്
അതിലെടുത്തു ചാടുന്നവരും
വീണുപോകുന്നവരും
വീഴ്ത്തപ്പെടുന്നവരുമുണ്ട്
മൂന്ന് കൂട്ടർക്കും നാശമുറപ്പ്.

ചതി

അധികാരം
പിടിച്ചെടുക്കാനും
നിലനിർത്താനും
നീട്ടിക്കൊണ്ട് പോകാനുമുള്ള
സൂത്രപ്പണിയാണ്
യുദ്ധം
സത്യത്തിലൊരു ചതിയാണ്.

സൗഹൃദം

ഉപ്പും, കാരയ്ക്കയും
ഉപ്പിലിട്ട മാങ്ങയും
പച്ചവെള്ളവും
ചെറുചിരിയും
1:2:4:8............... അനുപാതത്തിൽ
തീർത്ത ചുമരുകൾ
ഇന്നും
ദൃഢം.

പഴം

ഒരു കുലയിലെ രണ്ട് പഴം തിന്നു
രണ്ടാമത്തേതിന് മധുരം
കുറവായിരുന്നു.

ഗാസ്സ -1

മതംവളർത്തിയ ഒലീവിലകൾ
ചതച്ചരച്ച് വിഴുങ്ങുന്നു
മദമിളകിയ മതഭ്രാന്ത്.

വിവേചനം

കൂട്ടിലടച്ച കിളിയെ
തുറന്നു വിട്ടപ്പോൾ
കൂട്ടുകാർ കൂട്ടത്തിൽ
കൂട്ടിയില്ല.

കണക്കുതെറ്റിയ കാക്ക

മാമ്പഴം കണ്ണിൽപ്പെട്ട കാക്ക
കൊതികൊണ്ട മനസ്സുമായ്
മാവിൻചില്ലയിൽ പറന്നിരുന്നു
ചില്ലയൊന്നിളകവെ പൊടുന്നനെ
മാമ്പഴം ഞെട്ടറ്റുതറയിൽ വീണു
കണക്കുതെറ്റിയ കാക്കമ്മ
മരക്കൊമ്പിൽ മിഴിച്ചിരുന്നു
അങ്ങേകൊമ്പിലണ്ണാറക്കണ്ണൻ
തളർന്നിരുന്നു
കണ്ടു നിന്നൊരു ബാലൻ
മാഞ്ചോട്ടിൽ തുള്ളിച്ചാടി.

കുടുംബം

കീരിം പാമ്പും
പാമ്പും തവളേം
കുറുക്കനും കോഴിയും
കോഴീമെട്ടുകാലീം
ഒരു കൂട്ടിലെ കിളികൾ
ഒരു വീട്ടിലെ കുട്ടികൾ.

ബി ഷിഹാബ്

ചങ്കൂറ്റം

പറയാനുള്ളത് പറയാതിരുന്നില്ല
പാരതന്ത്ര്യത്തിന്റെ നടുവിലും
കൈനോട്ടക്കാരന്റെ തത്ത
പറഞ്ഞതിൽ പതിരില്ലെന്ന്
ഭാഗ്യാന്വേഷിയുടെ മുഖംപറഞ്ഞു
പറഞ്ഞുപഠിപ്പിച്ചതൊന്നും
പറഞ്ഞില്ല തത്ത
പറയാനുള്ളതേ പറഞ്ഞുള്ളൂ.

കാൽപന്തുകളികഴിഞ്ഞപ്പോൾ

ഞാൻ കൂട്ടിവച്ച കണക്കുകൾ
ദൈവം നിരസിച്ചു
പണ്ഡിതന്മാരുടെ
പന്തയക്കാരുടെ
കണക്കുകൾ തെറ്റിപ്പോയി
സിംഹാസനം തെറിച്ച്
പ്രജയെപ്പോലെ
തിരിച്ചുപോയ രാജാക്കന്മാർ
മധുരമായ പകരംവീട്ടൽ
ചുറ്റും മധുരപ്രതീക്ഷയുടെ
ഉടഞ്ഞുപോയ മുട്ടത്തോടുകൾ.

ബി ഷിഹാബ്

ആട്

നിങ്ങൾക്ക് പട്ടിയും
പിന്നെ പേപ്പട്ടിയുമാക്കി
കഥകഴിക്കാവുന്ന
സാധുവാണോ ഞാൻ.

വിചിത്രം

ഭാരതമതി സമ്പന്നം
ഭാരതീയനതി ദരിദ്രൻ.

അരാഷ്ട്രീയം

അരാഷ്ട്രീയം
കടുത്ത രാഷ്ട്രീയമാണ്
കള്ളനെ പിടിക്കാനോടുന്ന
കള്ളനെപ്പോലെ
അതു നിന്നെ വഴിതെറ്റിക്കും.

തറവാട്

കാറുപ്പ്
വെളുപ്പ്
മഞ്ഞ
സുന്നി
ഷിയ
കുർദ്
വലത്
ഇടത്
തീവ്രം
കുഞ്ഞാടുകൾ കൊമ്പ്മുട്ടുമ്പോൾ
കുറുക്കന്റെ ചാളുവച്ചാലിൽ കപ്പലോട്ടം.

സമാധാനത്തിനായ്

ഭൂഖണ്ഡാന്തര മിസൈലുകൾക്ക് പുറത്തിരുന്നവർ
സമാധാനത്തെക്കുറിച്ച് സംസാരിച്ചുകൊണ്ടിരുന്നു.
ആളില്ലാവിമാനങ്ങൾ ജനപഥങ്ങൾക്ക് മേലെ
ആളെ കൊന്നുകൊണ്ടിരുന്നു.

പേരയ്ക്ക

പേര് വെളിപ്പെടുത്താൻ മടിയുള്ളവർ
എന്നുമെന്റെ പേരെടുത്ത് പന്താടുന്നു
എന്നോടുള്ളപ്രിയം കൂടുമ്പോൾ
എന്റെ തലമുറകളെ നിത്യം ചവച്ചരയ്ക്കുന്നു
മധുരത്തിന്റെ ഭാഷമാത്രമറിയുന്നയെന്നോട്
മധുരമായൊന്നും പറഞ്ഞില്ല നീ..
മര്യാദയോടെ പെരുമാറിയുമില്ല.

കടമ

കാടലെപ്പോഴും പാറക്കെട്ടുകളെ
തലോടിക്കൊണ്ടിരിക്കും
അവയെ സംസ്കരിച്ചെടുക്കേണ്ടത്
ഒരു കടമകണക്കെ.

കല്യാണസൗഗന്ധികം

പ്രണയിനിക്കൊരു പുഷ്പം
നരച്ചവാലാണ് തടസ്സം.

ആമയും മുയലും

സഹോദര
ഒരോട്ടപന്തയത്തിലും
മുയലെന്ന ഓട്ടക്കാരൻ
ജയിച്ചിട്ടില്ല
സൂത്രശാലിയും
വിവേകിയും
ഭാഗ്യശാലിയും
ഉറക്കത്തിലുമുണർന്നിരിക്കുന്നവനുമായ
ആമയ്ക്കുതന്നെയാണെന്നും വിജയം.

മലകയറ്റം

യാത്ര തുടങ്ങിയതോർക്കുന്നില്ല
പണിപ്പെട്ടാണ് ഞാനിത്രടം കയറിയത്
കീഴ്ക്കാംതൂക്കായമല
താഴോട്ടുനോക്കുമ്പോൾ തലകറങ്ങുന്നു
മുകളിലേക്കിനി കയറാനും വയ്യ
കൈകാൽ മുട്ടുകൾ കഴയ്ക്കുന്നു
മനസ്സും തളരുന്നു
വിയർത്തുകുളിച്ചപോലെ
ഞെട്ടിയുണർന്നപ്പോൾ
മനസ്സിലെന്തോ? കനം.

അഭയാർത്ഥി

കൊടുങ്കാറ്റിൽ
പറിച്ചെറിയപ്പെട്ട വൃക്ഷം
ആനകേറി മേഞ്ഞ പറമ്പിൽ
ഒടിച്ചെറിഞ്ഞ കരിമ്പിൻചെടി
അവിടെക്കിടന്ന് വെയിൽകൊണ്ട്
വാടിക്കരിയുന്നു.

പ്രവാസി

ജീവിതത്തെ
എത്രത്തോളം സ്നേഹിച്ചുവോ
അത്രയും
വെറുക്കേണ്ടിവന്നവൻ.

ബി ഷിഹാബ്

നല്ലോർമ്മ

മരിച്ചുപോയവർ
അവരെക്കുറിച്ചെന്നും
നമുക്കൊരു
നല്ലോർമ്മയുണ്ടാവും.

ആക്രിക്കാരൻ

വലിയവിലയേറിയ പുസ്തകങ്ങൾക്കും
ആക്രിക്കാരൻ
ആക്രി വില തരുന്നു

യുദ്ധം

ഒരശുഭാന്ത നാടകം

നായികയ്ക്കൊരിക്കലും
വില്ലനിൽനിന്നും
മോചനമില്ലാത്ത കഥ.

കാലാൾവളർന്നാൽ
മന്ത്രിയാവുന്ന കളിയാണിത്.

ഗുലാൻ
കൂലിയെ വെട്ടിയെന്നിരിക്കും.

വിളവെടുപ്പിന്റെ ദിനം വരുമ്പോൾ
കണക്കുതെറ്റുന്ന കളി
വിജയത്തിലും പരാജയം ചുവയ്ക്കും
ലക്ഷ്യങ്ങൾ നേടാത്ത സാഹസം.

വേദിയും വേഷവും മാറും
തിരശ്ശീല വീഴാത്ത നാടകം.

അന്ധൻ

പൂർണ്ണ ചന്ദ്രൻ
മുങ്ങിക്കുളിക്കുന്ന കടവിൽ

കാറ്റുചൂണ്ടയിടുമ്പോൾ
കാവലിരിക്കുന്നു.

മധുരമുള്ള വാക്കുകൾ

മധുരമുള്ള വാക്കുകൾ
ചക്രവാളങ്ങളിൽ പ്രതിധ്വനിക്കുന്നു
എല്ലാകൊടുമുടികളും കീഴടക്കുന്നു.

ഐലൻ

കുഞ്ഞേ, എനിക്കുറപ്പുണ്ട്
നീയാണിനി യുദ്ധങ്ങളെ,
ഭീകരപ്രവർത്തനങ്ങളെ,
ചെറുക്കുന്ന വന്മതിൽ.

കാലിനടിയിലെ മണ്ണ്

കാലിനടിയിലെ മണ്ണിളകുമ്പോൾ
മരം കടപുഴകുന്നു
മലയിടിഞ്ഞു പോകുന്നു
നദി വഴിമാറി നടക്കുന്നു

കാരണക്കാർ കതിരിൽ
വളം വയ്ക്കുന്നു.

ശത്രു

നിന്റെ കുറവുകളിൽ
ഞാൻ വലവീശുന്നു

കാരിയും കൂരിയുംകൊണ്ട്
ഞാൻ തൃപ്തിപ്പെടുമ്പോൾ
നീ സന്തോഷിക്കുന്നു

നിന്റെ പെരുത്ത കൊതി
എന്റെ കൂർത്ത ചുണ്ടയിൽ

കൊത്തുംവരെ

ഞാൻ നിലാവിന് കാവലിരിക്കുന്നു.

ബി ഷിഹാബ്

കാറ്റ്

കാറ്റ് വന്ന് കഥയില്ലാത്ത
കഥപറയുന്നു
കഥകേട്ട കുരുന്നിലകൾ
പഴുത്തിലകൾ
നിലതെറ്റി തറയിൽ വീഴുന്നു
തറയിൽ വീണവ
കരിയിലകളാകുന്നു
മണ്ണാങ്കട്ടയുമായ്
സൗഹൃദത്തിലാവുന്നു
കാറ്റുവന്നുകള്ളം പറയവെ
ചില്ലകൾതമ്മിൽ കൊമ്പ് കുത്തുന്നു
കൊമ്പൊടിഞ്ഞ് കുടിലിൽ വീഴുന്നു
ഒടിഞ്ഞ കൊമ്പുകൾ
പുഴയിൽ വീഴുന്നു
പുഴയിൽ വീണവ
കടലോളം യാത്രപോവുന്നു

കാറ്റുവന്നു കഥയില്ലാത്ത
കഥപറയുമ്പോൾ
കാക്കകൊത്തിയഫലങ്ങൾ
മണ്ണിൽ വീണുചിതറുന്നു.

ഓർമ്മ

സ്കൂൾ ദിനങ്ങളിൽ
നാരായണേട്ടന്റെ കിണറ്റിലെ വെള്ളം
ദാഹം മാറ്റിയിരുന്നു
അവിടുന്ന് മുളക് ചേർത്ത
ഉപ്പിലിട്ട മാങ്ങയും ലഭിച്ചിരുന്നു

ആ വീട്ടുകാർക്ക് കുട്ടികളോട്
അതിയായ വാത്സല്യമുണ്ടായിരുന്നു

ആ വീട്ടിലെ കുട്ടികൾ
ഞങ്ങൾക്കൊപ്പം കളിക്കുമായിരുന്നു.

നുണ

കുരുടൻ ആനയെപ്പറ്റി
പറഞ്ഞപോലെ

ഇന്നലെ കാറ്റുവന്നു
കടലിനെപ്പറ്റി പറഞ്ഞത്

കള്ളമായിരുന്നു.

ബസ് യാത്ര

നല്ല തിരക്കുള്ള ബസ്
കഷ്ടപ്പെട്ടുള്ള യാത്ര
കണ്ടക്ടർ പെടാപ്പാട്പെടുന്നു
യാത്രക്കാർ അവരവരുടെ
മനോരാജ്യങ്ങൾ കെട്ടിപ്പൊക്കുന്നു
ഇരിക്കാനിതുവരെ സീറ്റുലഭിച്ചില്ല
ഇക്കണക്കിന്
സീറ്റ് ലഭിക്കുമ്പോൾ
ഇറങ്ങേണ്ട സ്ഥലം
എത്തിയിരിക്കും.

വിവേകം

തെരുവിലൊരു കാക്കയുടെ ശരീരം
ചിതറിക്കിടക്കുന്നു

കാക്കത്തൊള്ളായിരം
കലപിലകയർക്കുന്നു

നീതിക്കായി
നിലവിളിക്കുന്നു

ചുറ്റും നിയന്ത്രണം വിടുന്നു
വഴിപോക്കനോട് പോലും
കാര്യമന്വേഷിക്കുന്നു
വഴക്കിടുന്നു

കാര്യംഗ്രഹിച്ചവർ
ശാന്തരായി പിരിഞ്ഞുപോകുന്നു.

കാക്കകൾ

വെട്ടിമാറ്റിയ മാവിൽ
തേൻ വരിക്കകൾ
കൊത്തിനടന്ന കാക്കകൾ

മുറ്റത്ത് ചീത്തകൾ
കൊത്തിവലിക്കുന്നു!

കാക്കക്കൂടുകൾ
കറണ്ട് തൂണിൽ ചേക്കേറുന്നു.

പെരുവിരൽ

ഒരു വിരൽ ഞാൻ
നിനക്കുനേരെ ചൂണ്ടുമ്പോൾ
എനിക്ക് നേരെ
മൂന്ന് വിരലുകൾ തിരിയുന്നു

മൂന്ന് വിരലുകൾക്കും
പെരുവിരൽ പെരുന്തച്ചൻ
കൂട്ട് നില്ക്കുന്നു

മനസ്സാം പെരുന്തച്ചൻ
താഴോട്ട് നോക്കുന്നു
കണ്ണടച്ച് ഇരുട്ടാക്കുന്നു

വിവേകികൾ നിന്റെ പെരുവിരലിൽ
നോട്ടമിടുന്നു
ഒക്കുമെങ്കിൽ
അതു മുറിച്ചു വാങ്ങുന്നു!

കാഷ്യസ്ക്ലേ അഥവാ മുഹമ്മദലി

വെളുപ്പിന്റെ ഊതിപ്പെരുക്കിയ
കുലീനജാടകളെ
മിസ്സിസിപ്പിയിലേക്ക്
വലിച്ചെറിഞ്ഞവൻ

ലോകാന്തര പംക്തികളിൽ
വിപ്ലവത്തിന് പുതിയ വഴികൾ
തുറന്നിട്ടവൻ.

കുറുപ്പിന്റെ കരുത്തിന്
ചുവന്ന പേനകൊണ്ട്
അടിവരയിട്ടവൻ.

വെറുപ്പിന്റെ കളങ്ങളിൽ
കറുപ്പിനെ വിമോചിപ്പിക്കാൻ
കാവൽനിന്നവൻ.

കുടിലിൽ ശരറാന്തൽ കൂരിരുട്ടിനെ
എന്നപോലെ
അസഹിഷ്ണുതയ്ക്കെതിരെ പോരാടിനിന്ന
കറുത്ത നക്ഷത്രം

നിന്റെ ചെയ്തികൾ സിരകളിൽ
അഗ്നി പടർത്തുന്നു

വല

സ്രാവുകളെ പിടിക്കാൻ
ഈവല പോരാ
ഞാനെപ്പോഴും
ചെറുമീനുകളെ ലക്ഷ്യമിടുന്നു

എന്നിരുന്നാലും
ഏതു നിമിഷവും
സ്രാവുകളെ സാമീപ്യം
എന്നെ ആകുലപ്പെടുത്തുന്നു
ഒരാക്രമണം പ്രതീക്ഷിക്കുന്നു.

നാട്ടുനടപ്പ്

മാതൃഭാഷയുടെ മഹിമ
വള്ളത്തോൾ കവിത ഉദ്ധരിച്ച്
മുഖ്യ പ്രാസംഗികൻ പ്രസംഗിച്ചു തകർത്തു

സ്വന്തംകുട്ടിയെ കുറിച്ചോർത്തപ്പോൾ
തന്റെ കുറ്റമല്ലെന്നും
അവളുടെ ഇഷ്ടമാണെന്നും
ആശ്വസിച്ചു.

ബി ഷിഹാബ്

ടീച്ചർ

പത്തുമണികഴിഞ്ഞു
തന്റെ കുട്ടിയെ മറ്റൊരു സ്കൂളിന്റെ
വണ്ടിയിൽ കയറ്റി അയച്ച ശേഷം

ഞങ്ങളുടെ ക്ലാസ് ടീച്ചർ
വണ്ടികാത്തു നില്ക്കുന്നു

ക്ലാസിൽ കുട്ടികൾ
ടീച്ചറെ കാത്തിരിക്കുന്നു.

ഉള്ളി

ഉള്ളിതൊലിക്കാൻ
ആദ്യം പഠിച്ചത്
അമ്മയിൽ നിന്നാണ്

അമ്മ
പുറത്തെയൊരു തോട് പൊളിച്ച്
കറിയിൽ ചേർത്തതിന്
സ്വാദ് കൂട്ടി

ചിലർ ഉള്ളി
പൊളിച്ചു പൊളിച്ചു
ഉള്ളിലേക്കുനോക്കുന്നു.

ഓന്ത്

നിറംമാറിമാറി
നിറം മങ്ങിയ ജീവി

ഗാന്ധി 3

ഉപ്പിൽ
ഉയർത്തെഴുന്നേല്പിന്റെ
വെടിയുപ്പ്
ആദ്യമായ്
വേർതിരിച്ചെടുത്തവൻ.

ബി ഷിഹാബ്

ബാർട്ടർ സിസ്റ്റം

ചരിത്രത്തിന്റെ നാൾവഴികളിൽ
സ്വാതന്ത്ര്യത്തിന്റെ വില
ചോരകൊണ്ടാണ് നരൻ
കൊടുത്തു തീർത്തത്

നിന്റെ ചിന്തയുമെന്റെ ചിന്തയു-
മൊന്നാകുന്നതുവരെ
തെരുവിൽ ചോരമണക്കു
മെന്നെനിക്കറിയാം...

ചോരമണക്കാത്തൊരു ദിനവും
ഉദിച്ചസ്തമിക്കുന്നില്ല
ഒരു സമസ്യപൂരണത്തിനും
ചോര പൂരകമല്ലെന്ന്

കാഴ്ചകൾ നൂറ് നാവിൽ സംസാരിക്കുന്നു
കടൽ പറഞ്ഞുകൊണ്ടിരിക്കുന്നു
കാലം സാക്ഷിനില്ക്കുന്നു.

കാക്കക്കൂട്ടം

തെരുവിലൊരു കാക്കയുടെ
ചിതറിയശരീരം
ആദരാഞ്ജലി അർപ്പിക്കാൻ
തൊള്ളായിരം കലപില
തലങ്ങും, വിലങ്ങും
പാഞ്ഞുനടക്കുന്ന കാക്കക്കൂട്ടം
കൂട്ടംകൂടി നിന്നവർ
നിലവിട്ടുകയർക്കുന്നു
നിരത്തിൽ നിന്ന നരനോട്
നിയതിതൻ ന്യായമാരായുന്നു
ദു:ഖം തൊള്ളായിരമായ്
പകുത്തെടുത്തവർ
ശാന്തരായ് പിരിഞ്ഞുപോകുന്നു.

വാരിക്കുഴി

വാരിക്കുഴിയിൽ
വീണുകിടക്കുന്നു,
മാനും, മുയലും
ആട്ടിൻകുട്ടിയും.

അലസൻ

സൂര്യമഹത്വമാകെയും
മറച്ചുപിടിക്കുന്ന
അസമയത്തലസമായ് വന്ന
തുണ്ടുമേഘം.

ബി ഷിഹാബ്

യാത്ര

വാഹനത്തിൻ അരികിലുള്ള
ഇരിപ്പിടത്തിൽ ഞാനിരുന്നു
പുറത്തുകണ്ട വന്മരങ്ങൾ
പുറകോട്ടോടിക്കൊണ്ടിരിക്കുന്നു.

മേഘങ്ങളെ ഭേദിച്ചു പായുന്ന
അമ്പിളിമാമനെപിടിക്കണം
കണ്ണുകൊണ്ട് തൊട്ടിരുന്നതിനെ
എനിക്കും കൈകൊണ്ട് തൊടണം
യാത്രകുന്നോളമേ കഴിയൂ
എന്റെ മോഹങ്ങൾ
കുന്നിന് മേലെ പറക്കുന്നു.

പള്ളിവേട്ട

വേടനിൽനിന്നും
വേട്ടക്കാരത്തിലേക്കുള്ള ദൂരം
വേട്ടക്കാരൻ രാജാവിന്റെ
വേഷത്തിൽ
വേട്ടപ്പട്ടികൾകൂട്ട്
കാട്ടിൽ വേട്ടയുടെ ഘോഷയാത്ര
വേടൻ ഒന്നാമത് കിടക്കുന്നു
വിവേകി ആരെന്ന്
കാലവും ചരിത്രവും ചുവരെഴുതുന്നു
ചുവരെഴുത്തുകൾ
കാലമാം വൻകടൽ
ഇടയ്ക്കിടയ്ക്ക് മായ്ച്ച് കളയുന്നു
മായിച്ചിട്ടുംമായാതെ കിടക്കുന്ന
മായക്കാഴ്ചകൾ കൂടിക്കൂടി വരുന്നു
ദൂരപരിധിയിൽകൊടും
ദുരിതങ്ങളേറുന്നു.

ബി ഷിഹാബ്

മത്സരം

സൂര്യനുണർന്നു
ഉണരാതെ കിടക്കുമ്പോൾ
പടിഞ്ഞാറ് റൂഹാനി പക്ഷിയും
കിഴക്കു കുയിലും
പ്രകൃതിയിൽ മത്സരിക്കുന്നു.

കുട്ടി

പാമ്പിനെ കൈ
കൊണ്ടെടുക്കുന്നു
പൂച്ചയെപ്പോലെ
ചൂട് വെള്ളത്തിൽ
തൊടുന്നു
അമ്പിളിമാമനെ
തൊട്ടുനോക്കാൻ
വെമ്പൽ കൊള്ളുന്നു
ഏവർക്കും പ്രിയങ്കരം
വീട്ടിൽ രാജപദവി.

ബി ഷിഹാബ്

കരുക്കൾ

മകന്റെ യുവത്വം
സഹോദരന്റെ തല
അച്ഛന്റെ തടവ്
ജനത്തിന് യുദ്ധം
രാജാവ് കരുക്കൾ തീർക്കുന്നു.

Printed by Libri Plureos GmbH in Hamburg,
Germany